# நீரோடைப் பெண்

நீரோடை மகேஸ்

மறைந்த தோழர் ரமேசுக்கு சமர்ப்பணம்

# பொருளடக்கம்

# பொருளடக்கம்

# அணிந்துரை

## ***கவிதைகளின் ரீங்காரம்***

சமகாலத்தில் கவிதை வாசிப்பு பற்பல புதிய கவிமனங்களை நமக்குத் தந்தபடியே இருக்கிறது. தமிழ் மனங்கள் உலகமெல்லாம் மொழி உணர்வுகளின் பால் இணையவழியாகவும் புத்தம் புதிய மொழியின் நறுமணங்களுடன் கவித்துவ ரீங்காரங்களுடன் கவிதைகளை இளையதலைமுறை கவிகள் எழுதி வருகிறார்கள். நிலப்பரப்பு முழுமைக்கும் கவிதை ஆட்சி செய்கிற காலம் தற்காலம். மொழியின் தாய்ப் பறவை கவிதை. கவிதைக்கும் இசைக்கும் மயங்காதவர்கள் உண்டோ. கவிதை வாசிப்புக்கும் உண்டோ அடைக்கும் தாழ்.

கவிஞர் நீரோடை மகேஷ் கவிதைகளில் இளையமனதின் கவி ஒளியை என்னால் உணர்ந்து வாசிக்க முடிந்தது. மனித உறவுகளுக்கும் இயற்கைக்குமான பச்சய உறவுகளைத் தன் மொழிவசத்தால் வாசகர்களை ஈர்த்து விடுகிறார்.

**ரீங்கார வண்டுக்கும்**
**கற்பனைக் கவிஞனுக்கும்**
**தேனை விட**
**மலரின் மனம் தானே**
**நீடித்த பாதையாய்**
**பயணமாய்**

**நிழலுடன் மோதி மோதி**
**நிஜத்துடன் தொலைக்கும்**
**பேதை போல**
**வார்த்தைகளுடன் மோதி**
**படைப்புகளை**

**காற்றில் தொலைக்கிறேன்**

**கரைக்கின்றேன்! ! தமிழச்சிக்காக ! !**

மேற்சொன்ன கவிதையில் தன் சுயத்தை பிம்பத்தை கவிஞர் பிரகடனமாக வெளிப்படுத்தியிருப்பதை வாசிக்கு முடிகிறது. தாமரைக்குளத்திற்குள் தன் உருவம் பார்த்து மகிழ்ந்து கொள்கிற பறவைகளின் ஒப்பனை அழகுகள் போலவே பல கவிதைகள் இந்த நூலில் இடம்பெற்றிருப்பது மிகுந்த மகிழ்ச்சி. வாசகர்களை மிகுந்த சிக்கலுக்குள் இழுத்துப் போகாத கச்சிதமான மொழியில் நீரோடை மகேஷ் எழுதியிருக்கிறார். தன் அனுபவத்தின் இழைகளில் உறவுகளை அவர் ரசித்த விதம் ஆச்சர்யப்படுத்துகிறது. எந்தப்படைப்பாளிக்கும் மிகவும் உயர்ந்த படிமமாக அமைவது தாய்மையும் தன் கிராமமும் ஆகும். அதன் வழியாக பதின்பருவத்தில் காதலும் இயற்கைப் பாசமும் சேர்த்துக் கொள்ளலாம். கண்ணதாசன் தன் மொழியை கண்ணே கலைமானே என்றார் இங்கு நம் கவிஞர் தமிழச்சி என்கிறார். ஒவ்வொருவருக்கும் ஒரு வாழ்க்கை கைவசமாகும் கவிமொழி. கவிஞன் தன் பிரியத்தை குளத்தில் வீசிவிட்டு நல்ல சொற்களுக்காக காத்திருப்பது போல பல கவிதைகளின் சொற்களுக்குக் காத்திருந்து பல சிறந்த கவிதைகளை தமிழச்சிக்குப் படையல் செய்திருக்கிறார். தமிழச்சிதான் நீரோடை பெண். நீரோடை பெண் எனும் தமிழச்சி. தமிழ ழகியான நீரோடை பெண் என்னும் அழைத்து மகிழ்வதில் தவறில்லை.

இந்த நூலில் இடம் பெற்றுள்ள கவிதைகள் அனைத்தும் தமிழ் எனும் தமிழச்சிக்கு அணிவிக்கப்பட்ட அணிகலன்கள் போன்று மிளிர்கிறது.

**வாழ்க்கை**

**பிறப்பின் வலி**

**குழந்தை அறியாது**

**ஆயினும் அழுகிறது**

**தன் தாயின் வலிக்காக!**

இதற்கும் மேல் என்னால் நகரமுடியவில்லை. தாயின் வலிக்காக முதலில் அழுதது குழந்தைதான் என்கிற கவிமனம். இதுவரையிலும் எத்தனையோ வருணனைகளை மிகையுணர்ச்சி கவிதைகள் தாய்மை குறித்து எழுத பேச வாசிக்க கேட்டிருக்கிறோம். இந்த குறுங்கவி-தைக்குள் தாய்மையின் வலியை நம் வாசக மனது உணர்ந்து பார்க்க வைக்கிறது. கவிஞர் வாழ்வையே தலைப்பாக்கி மேலும் கவிதையை உச்சத்திற்குக் கொண்டு சேர்த்திட்டார்.

காதல் கவிதைகள் நிரம்பித் தளும்புகிறது. தமிழச்சியைக் காதல் கொண்டுருகாமல் இருக்க முடியுமா. அதே சமயம் தன் பால்ய பரு-வங்களின் தழும்புகளைத் தன் காலத்தின் மருந்து போட்டு ஆறு-தல் கொள்கிறார் கவிஞர். எத்தனை விதமான காட்சிகள். வாசிக்கிற ஒவ்வொருவருக்கும் அவரவர்களுடைய கிராமங்களை அந்த உயி-ரோவியமான இயற்கைக் காட்சிகளை நினைவு படுத்துகிறார்.

**உன் மௌனங்கள் சிந்திக்கத் தொடங்கிவிட்டால்**

**உன் மௌனங்கள்**
**சிந்திக்கத் தொடங்கிவிட்டால்**
**என் தண்டனையின்**
**நீளம் குறையும்**
**உன்னில் சிறை**
**வைக்கப் பட்ட உன் வார்த்தைகள்**
**சிந்திக்கத் தொடங்கிவிட்டால்**
**இது வரை நான் கண்ட**
**என் வாழ்க்கையின் வலிகள்**
**அர்த்தப்படும்**
**தொலை தூரப் பேருந்தாய்**
**உன் மனம் சென்றாலும்**
**சன்னல் வழிக்காற்றாய்**
**பின் தொடர்வேன்**

**கவிதைக்குள் அர்த்தங்கள்**
**தந்த என் காதலின்**
**இலக்கணம் உன்னில்....**

மொழியின் மீது மிக அதீதமான உணர்ந்து தலைப்பட்டு எழுதியிருந்தாலும் அல்லது மெய்யாகவே தன் உணர்ச்சி மிகுந்த காதலிக்கு எழுதியிருந்தாலுமே கூட கவிஞர்களின் மொத்த உள்ளக்கிடக்கையை மேற்சொன்ன கவிதையில் மகேஷ் குறிப்பிட்டுள்ளார். நூற்பேழையில் காலத்தின் காதல்களை கவிஞர்கள் எப்படி வாஞ்சை மிகுந்து தருவார்களோ அதன் பளு குறையாமல் இவரும் தமிழுக்குத் தந்துள்ளார். கவிதைகள் வாசிப்பவர்களுக்குள் ஒரு பேரிரைச்சலை உருவாக்க வேண்டும். அதே போலவே குளிர் தென்றலை ஒரு இலை தரும் நுண் ஸ்பரிசத்தைத் தரவேண்டும். மகேஷ் தன் கவிதைகளில் நிச்சயமாகத் தந்துள்ளார். தமிழச்சிக்கும் கொடுத்து அழகு பார்த்திருக்கிறார்.

உங்கள் கவிதைப் பயணம் சிறந்து விளங்க வேண்டும்

மேலும் பல நூறு கவிதை மலர்களை வாசக மனதுக்குச் சூட்டுங்கள் என அன்புள்ளம் கொண்டு ஒரு வாசகனாய் வாழ்த்தி மகிழ்கிறேன்...

**இளஞ்சேரல்**

# முன்னுரை

## *நீரோடை பெண்ணும் நிலாமகளும்*

தமிழால் பிறந்து, தமிழ் அன்னையின் பாரம்பரிய வளர்ப்பில் வளர்ந்து, தமிழ் வழியில் கற்று தேர்ந்த பாக்கியசாலிகளில் நானும் ஒருவன். சிறு வயது முதலே கவிதை எழுதுவதில் ஆர்வம் உண்டு, கவிதை எழுதும் தருணங்களில் புத்தக வாசிப்பை முழுவதுமாக நிறுத்தி விடுவேன், எந்த புத்தகத்தின் வரிகளும் என் கற்பனை ஓட்டத்தின் நிறத்தை மாற்றிவிடக் கூடாதென..

வாசித்த சில, வாசிக்க தவறிய பல புத்தகங்களை விட.., தாய் பாசமும், காதல் திரைப்பட காட்சிகளுமே அதிகம் எண்ணை கவிதை எழுத தூண்டியது.

இந்த புத்தகத்தில் இடம்பெற்றுள்ள கவிதைகள் பெரும்பாலும் கடந்த கால நினைவுகளின் தாக்கத்தால் எழுதப்பட்டது. சில தவிர்க்க முடியாத காரணங்களால் என் முதல் கவிதை தொகுப்பு புத்தகத்தை சற்று தாமதமாக வெளியிடுகிறேன். வாழ்க்கை துணை தேடல் படலத்தில் எழுதிய பெரும்பான்மையான கவிதைகள் "நீரோடை பெண்ணாக" இந்த புத்தகத்தில் வலம் வருகிறது.

தனியார் நிறுவனத்தில் மென்பொருள் பொறியாளராக பணிபுரிந்து வரும் நான், தமிழ் மீது கொண்ட பற்றால் நீரோடை (www.neerodai.com) என்ற வலைத்தளத்தை உருவாக்கி பதிவிட்டு வருகிறேன். முற்றிலும் தமிழ், தமிழ் இலக்கியம் (கவிதை, கதை, கட்டுரை, ஆன்மிகம், ஜோதிடம், நூல் விமர்சனம்) சார்ந்த பதிவுகளையும், பயனுள்ள குறிப்புகளையும் தினம் ஒரு பதிவாக நீரோடை வலைத்தளத்தில் வெளியிடுகிறேன்.

என் நீரோடை பயணத்தின் கருப்பொருள் தான் இந்த கவிதை புத்தகத்தின் தலைப்பு “நீரோடை பெண்”

என்னை ஈன்று சான்றோர் போற்ற வளர்த்த தாய் தந்தைக்கு எழுதிய முதல் இரண்டு கவிதைகளில் தொடங்கி, நீரோடை பெண்ணுடன் பயணிக்கும் இந்த புத்தகம், மனைவி, மகள் மற்றும் மகனுக்காக எழுதிய கவிதைகளுடன் இந்த புத்தகத்தை அலங்கரிக்கின்றன.

கவிதை, கதை, தத்துவம் எழுத திறம் தந்த தமிழன்னைக்கு நன்றி.

அன்பால் இதயம் வென்று அணிந்துரை மற்றும் வாழ்த்துரை வழங்கிய மூத்த ஆளுமைகளுக்கும், எனது கவிதைகள் புத்தக வடிவில் வெளிவர உறுதுணையாக இருந்த அனைத்து அன்பு நெஞ்சங்களுக்கும், நட்பூக்களுக்கும் மனமார்ந்த நன்றி.

எனது நீண்ட கவிதைப் பயணம் இன்னும் மலரும்...

**நீரோடை மகேஸ்**

**9940707441**

**neerodaimahes@gmail.com**

# நன்றி

நன்றி

கோவை இலக்கிய சந்திப்பு

பொள்ளாச்சி இலக்கிய சந்திப்பு

த மு எ க ச கோவை மற்றும் அவிநாசி

# 1. தியாகத்தாய்

நான் சுவாசிக்கவே உன்
இதயம் துடிக்கும்
தடுமாறி விழுந்து
ரத்தம் சிந்தும் முன்
உன் கண்களில் ஈரம் !
எத்தனையோ நாள்
உன் பசியின்
முரண்பாடுகளில்
என் வயிற்றில்
குளிர்ச்சி !
உன் தூக்கத்தின் முடக்கம்
எத்தனையோ நாள்
உன் மடியில் அரும்பாய்
நானுறங்க !
உன்னை நினைத்தால்
பாலைவனத்தின்
தாகம் கூட தீரும்
நீ பிரிந்து சென்றால்
கடலும் கானலாகும்
மகவாய் உன் இடுப்பில்
அரியணை ஏறிய
நாட்கள் சொல்லும்...
புயல்-மழை தாங்கும் கூரை
உந்தன் முந்தானை என்று...

தியாகத்தின் அர்த்தங்கள் தேடி
தொலைந்து போன என்னை
மீட்டெடுத்தது
‘‘அம்மா’’ எனும் மந்திரம்
நான் குறும்பு செய்த நேரங்களில்
"ஏன் பெற்றேன் உன்னை"
என்ற வார்த்தைகளை வீசி விட்டு
மறைந்து நின்று
நீ அழுததையும் பார்த்ததுண்டு
மானிடரைப் படைப்பது
பிரம்மன் என்ற கூற்று
எனக்கில்லை...
தாயே நீ என்னை வடித்ததால்
உன் முகமே
காட்சிகளாய்
உன் மடி உறக்கமே
சொர்க்கமாய்
நீயே உலகமாய்
நான் வாழ்ந்த அந்த
பொற்காலம் வேண்டுமெனக்கு
மீண்டும் மீண்டும்.......
மழலையாய் தாய்
தன் மகவை
பார்ப்பது இயல்பு ...
நீயோ நான் வளர்ந்த பின்னும்
என்னை பச்சிளமகவாய் தாங்க,
சில சமயம் நீயே
என் மகளாய் சித்தரிக்கப்படும்
இயல்புகள் நிகழ்வதுவும் உண்டு

அலுவலகம் முடிந்து
தாமதித்து வீடு திரும்பும்
விநாடிகளை
நெருப்புத் துண்டுகளாக்கி
கரங்களில் பற்றி எண்ணிக்கொண்டு
வீட்டின் முன்னோ
வீதி முற்றத்திலோ
காத்திருக்கும் சீவன்
நீ தான் என்னுயிரே !
மரணப் படுக்கையில் நானிருந்தாலும்
உன் ஒவ்வொரு நொடி நினைவுகளும்
என் அடுத்த நிமிட ஆயுளை
நீடிக்கும் வல்லமை கொண்டது
தாயே...
உயிர் கொடுத்து
உலகில்
உலவ விட்டவள்
நீயே
உன் கழுத்தை அலங்கரித்த
தங்கமகளோ கல்லூரி
விண்ணபத்தைப்
பூர்த்தி செய்து விட்டு;
முகம் தெரியாத நபருக்கு
அணிகலனாக காத்திருக்கிறாள்
அடகுக் கடையில்..
அம்மா
என் செய்வேன் உனக்காக..
உன் அளவில்லா
தியாகத்திற்காக....

என் ஜென்மங்களை அடகு வைக்கும்
அடகுக் கடையை தேடி வருகிறேன்
உன்னை தங்கத் தேரில்
அமர்த்தி வலம் வந்து
என் கடன் தீர்க்க...
அம்மா !
உன் தியாகத்திற்கு
என் ஜென்மங்களில்
பதில் இல்லை ...
கருவில் உருவெடுத்த
மகவை சிறை வைக்க
முடியாதது போல !
அடிமனதில் ஆட்கொண்ட
அன்பை மாறாமல் தருவது
தாயுள்ளம் மட்டுமே !
பிறப்பையும் இறப்பையும் இணைக்கும்
கல்லறை கல்வெட்டின்
நாட்கள்சொல்லும்
கருவில் சுமந்து
அழகான வாழ்க்கை தந்தவளின்
நினைவுகளையாவது
சுமந்து கொண்டிருக்கிறேன்....
தயவு செய்து இடித்து விடாதீர்கள் !
கல்லறை கூட
தாயன்பை சொல்லும்.
கடவுளை நேரில் கண்டால்
வரமருள வேண்டுகிறேன்..
என் ஆயுளை எடுத்துக் கொண்டு
உன் பச்சிளம் மகவாய்

நான் தவழ்ந்த
பொற்காலத்தை மறுமுறை தா !
உன் தியாகத்திற்கு கைமாறு
செய்ய நினைத்து
என் அஸ்தியை
உன் பாதம் படும்
புற்களுக்கு உரமாக இட்டாலும்
ஈடாகாது தாயே !
நீயின்றி வேறில்லை
என் வேரில்லை !

# 2. தவமாய் தவமிருந்து

வரம் வேண்டும் இறைவா
தர வேண்டும் என்போருக்கு
தினம் தினம் ஆயிரம் வரங்களை
அள்ளித்தரும் அற்புதப் படைப்பே
அப்பா !
ஆண் பிள்ளை வேண்டுமென
சுற்றமே தவமிருக்க...
நீர் மட்டும் ! என்பிள்ளை
சுபமாக வேண்டுமென்று
தாய் வயிற்று சிசுவான எனக்கு
ஊக்கம் தந்தீரே !
சுமந்தவளின் சுமையை ஏற்று
எனைத் தாங்கி நிற்கும்
தந்தையாக
குருவாக
நண்பனாக
நிந்தன் தியாகம் சமுத்திர
நீளத்தையும் மிஞ்சுமே !
விரல் பிடித்து நடை பழக்கி
என் மழலைப் பேச்சே
சொர்க்கமென
ஊர்ப் பெருமை பேசி !
என்னுடனே பயணித்து
நித்தம் எந்தன்
முன்னேற்றமே சிந்திக்கும்

நின் தியாகத்திற்கு பிறவிகளை
சமர்ப்பித்தாலும் ஈடாகா...
கலாச்சாரம் கற்றுக்கொடுத்தீர் !
பண்பாடு பயிற்றுவித்தீர் !
சமத்துவகுண சமைத்தீர் !
விருந்தோம்பல் வளர்த்தீர் !
மனிதாபிமானப் பண்பை
மனதில் பதிய செய்தீர் !
என் பேச்சுக்காற்றுக்கும்
பெயர் வைத்தீர் !
மூச்சுக்காற்றுக்கு
உருவகம் தந்தீர் !
கருவில் நானிருக்கும்போதே
விரல் கோர்த்து நடந்தீர் !
மானுடம் நேசிக்க
மதியில் விதைத்தீர் !
நேர்மை கலந்த உழைப்பை
நெஞ்சில் நிறுத்தினீர் !
விடுகதைகள் விளையாட்டானது
சுடும் வெயில் வெளிச்சமானது
வெற்றிகள் விளைச்சலானது
துயரங்கள் துருவம் சென்றது
கலங்கத் தெரியாதவனாய்
கலங்காத மனம் படைத்தவனாய்
வளர்த்த பக்குவம் நின்னையே சேரும்
இலக்கியத்தில் சுவைக்கு பஞ்சமில்லை
அதனை மிஞ்சும் நிஜங்கள்
நிந்தன் அன்பும் அர்ப்பணிப்பும்

எதிர்பார்ப்பில்லா ஏணி !

சுயம்பு மணற்கேணி !

வாழ்வில் விழுந்ததற்கும்

வீழாமலிருப்பதற்கும்,

அகப்புற காயங்களுக்கு மருந்திட்டு

உணர்வில் ஊக்கமளித்த உன்னத

உறவே நீர் தான்

# 3. நீரோடைப்பெண்

*இதயத்தின் சிறகை விரித்து*
*இயல்பாயொரு வான்வழிப் பயணம்*
*என்னவளே !*
*உனைத்தேடும் கண்கள் வழிகாட்ட..*
*என் காதலின் ஆழமறிந்த*
*மேகக்கூட்டம்...*
*வெட்கத்தில் தலை குனிந்து*
*சிதறிய முத்துக்களாய்*
*பூமி தாய் மடியில்*
*விழுந்து தவழ..*
*ஒற்றை சூரியன் மறைந்து*
*சிதறி ஆயிரம் சூரியன்களாக*
*விண்மீன் கூட்டம்*
*என் வழிப்பாதைக்கு வட்டமிட்டு*
*கண்ணே !*
*உன்னை தேடும் ஏக்கத்தில்*
*உன்னைத் தேடிய பயணத்தில்*
*என் பிடிவாதங்கள் சொல்லும்*
*தேடும் முயற்சிக்கு*
*மூன்று முடிச்சு போட்டவன்*
*நானென்று !*
*கடல் மீது கண் பதித்து*
*காத்துக்கிடக்கும்*
*கலங்கரை விளக்குகளெல்லாம்*
*வான்நோக்கி வெளிச்சம் காட்டி*

உன்னை அடையாளப்படுத்தும் பணியில்..
என் மலரே ! நீ எங்கே ?
நீ தோன்றும் கற்பனைகளை
சுமந்தவன் !
உன்னை சுமக்க
கரங்கள் நீட்டி பறக்கிறேன்
தாலாட்டும் நீர் மடியிலே
தள்ளாடும் அல்லி மலர்களும்
இதழ் விரித்து
தன் காதல் நிலவை மறந்து
உன்னை பார்க்கும் துடிப்புகளில் ...
இரவில் இரவாய் தென்படாமல்
அந்த வானம் !
சூரியன் இல்லாமலே பிரகாசிக்கும்
இந்த பூமி !
மெய்மறந்த அல்லிப் பூக்களில்
தேன் சுரந்து குளத்து நீரில்
வழிந்தோட
சக வாசிகளுடன் ராணி தேனீயும்
தேன் எடுக்கச் சென்றாள்
அந்த அள்ளி குளத்திற்கு...
நான் உன்னை அள்ளி கொஞ்ச
ஏங்கி என் கற்பனை தேரை
நகர்த்திய கணம்
அந்த நிலா மகள் பொறாமையில்
கன்னம் சிவந்தாள்
இசையை துயிலெழுப்பும்
குயிலின் கீதம், நின் பூவிதழ்
மலர்ந்து பேசும் முன்பே

போட்டி மேடையில் முந்திக்கொண்டு
தன் பலம் காட்டி செல்ல..
இவைகளை சுதாரிக்காமல்
உன் பூமுகம் பதிந்த
என் கண்கள் பாதையுடன்
"உன்னை கண் தேடுதேயென"
மொழிந்து கொண்டே....
புராணங்களிலும் மொழியப்பட்ட
கம்பீரக் கருடன்களும்
காதல் பறவைகளான காட்சிகள்
சொல்லும்.. என்னவளே !
உலகம் உன்னை தேடுதே
என் அவளாய்..
அன்னப் பறவைகளெல்லாம்
அழகிய வண்ணப் பறவையிவள்
அழகில் போட்டியிட முடியாமல்
வெட்கத்தின் முரண்பாடுகளில்..
அன்றலர்ந்த
மழலைக்கு மொழி கொடுத்தவள்
என் தாய் ..
மொழிக்குப் பெயர் சேர்க்கும்
கவிதைக்கு கற்பனை தந்த
நீயும் தாய் தானடி !
நான் பயணித்த இந்த வரிகளின்
முற்றுப் புள்ளியில் இளைப்பாற
நீரோடை பெண்ணே
உன் மடியில்
தலைசாய்த்த வேளை.....

உனக்காகவே எழுதுகிறேன்
உன்னாலே எழுதுகிறேன்
ஓய்வெடுக்க நேரமில்லை
உளறல்களும் தூங்கவிடவில்லை
இலக்காய் நீ இருக்கையில்
உயிர்சக்தி கொடுத்து
இந்த எழுத்து பந்தயம்
கற்பனைகள் ஓயவில்லை
காகிதங்கள் மீதமில்லை
உள்ளுணர்வுகளில் உறக்கமில்லை
கனவுகளும் என்னில்
தலை சாய்க்க வில்லை..
காவியம் படைக்க நானெழுத
கலைமகளே !
கவிதை ஓடையாய்
ஊறுதடி உனக்கெனவே
கானல் நீரில்
காகித கப்பல் விடும்
அசாத்திய வினாக்களுக்கு
பதில் சொல்லும் என் காதல் ...
உன்னை
உனக்காக
உன்னையே
வாழ்வாதாரமாக கொண்ட
புரட்சிக்காரன் நான்.
நம் ஜனனத்தின் நாட்களில்
இடைவெளி இருக்கலாம்
நாம் மரணிக்கும் அந்த
வினாடிக்குள் கூட இடைவெளி

வேண்டாமே...
என்னுயிரே !
நீயென்ற கடிகார முள்ளுக்குள்
என் பூமி சுழலுதடி
சிந்தையில் அமர்வதும்
சில சமயம்
சிந்திக்காமல் ஊமையாவதும்
உன்னால் தானடி..
எழுத்திற்கு உருவம் தந்த
மொழிக்கும்
என் காதலுக்கும்
கவிதைக்கு பொருள் தந்த
வார்த்தைகளுக்கும்
நன்றி சொல்வேன்
உன்னாலே !
என் கற்பனை நீரோடைக்கு
நீளம் தந்த உன் புன்னகைக்கு
என் கவிதைகள் சமர்ப்பணம்..
பார்வை நரம்புகள் வழியே
மூளைக்குள் சீறிப் பாயுதடி
உன் பிம்பம்.
நீரோடை பெண்ணே !
உன்னை
தேட நினைத்தபோது
தேடத் துணிந்தபோது
தேடித் திரிந்த போது
தேடிக் களைத்த போது
தேடலில் மலர்ந்தபோது
தேடலில் வென்றபோது

என் கற்பனைத்தேரை அலங்கரித்த
வார்த்தைகளை வரிகளாக்கி
வரிகளை சங்கமித்து
என் முதல் புத்தகத்தின்
பக்கங்களை அலங்கரிக்கிறேன்...
நிலவொன்று கண்டேன்
நீர்ப்பரப்பின் மீது
நிமிர்ந்து வானம் நோக்க
காணவில்லை அவளை
நீர்ப்பரப்பின் பிம்பம்
தந்த வினாவிற்கு
பதில் தேடி
மீண்டும் நீர்பரப்பில்
கண்பதித்தேன்
நீராடி முடித்து விட்டு
கொஞ்சம் கொஞ்சமாய்
நீராடை விலக்கி
நிலம் நோக்கி நீ நடக்க
என் கவிதை நீரோடை
நிரம்புதடி பரவசமாய்...
என் பேனா முனைப்பந்தின்
முற்றத்தின் கடைசி சொட்டு
மை தான்
இந்த கவிதைக்கு இடைவெளி
தர முடியும்
உன்னை வர்ணிக்க
பேனாமுனை பந்தின் முற்றத்தில்
தவம் கிடக்கும் மைக்கூட்டம்..

எத்தனை பிறவி பயனோ!
அவளை வருணித்துவிட்ட
பூரிப்பில் ….
மை தீர்ந்த பேனாக்கள்..

# 4. பொக்கிசமே

கைவீசி தோள் உரசி
உடன் நீ நடக்கையில்
நம் விரல்கள்
மோதிக்கொள்ளும் விபத்துகளால்
மனதுக்குள் பூகம்பம்
தூக்கத்தில் புலம்பிப் புரல்கையில்
கைவிரல் நுனி
உன் விரல்கள் தேடுதே...
பொக்கிசமே !
உன்னை கண்டெடுக்க
உன்னில் உன் கட்டுப்பாட்டை
மீறத்துடிக்கும் என் காதல்
புரிந்தும் புரியாதது போல்
புதிதாய் பிறக்கிறேன்
அதை உணர்கையில்..
என் மேகமே
மழையை காரணங்காட்டி
நீர் துகள்களாய் என்னை
பூமிக்கு உதறித் தள்ளினாலும்
ஆழியில் விழுந்து
சூரிய கதிரில் நீராவியாகி
கார்முகிலே !
உனைச் சேர்வேன்
நாம் பேசிய நொடிகளை சங்கமித்து
நிலவுக்கோர் பாதை அமைத்தேன்.

அதில் நாம் உலாவர.....
ஆனால் நிலவோ
அந்த பாதையில்... தானே
தரையிரையிறங்கி விட்டாள்
நம் வருகைக்கு காத்திராமல்...
ஒவ்வொரு முறை பிரிவை
நீ நினைவூட்டிய போதும்
என் காதல் கருவறையின்
வாயிற்கதவு
கல்லறையின்
நுழைவாயில் ஆனது
உன் நினைவுகள் எனும் நிழல்
எனைப் பிரிகையில்
கண்ணீர் துளிகள் பதில் சொல்லும்
நீ என்ற நிஜம்
என்னைப் பிரிகையில்
குருதித் துளிகள் பதில் சொல்லும்
காகிதக் கப்பலில் பயணிக்க
துடிக்கும் கட்டுமரக்காரன் என்றாய்,
உண்மை தான்
காகிதங்கள் கடலில் நனைந்து
மூழ்கிட அல்ல !
கற்பனையை
காதலை
கவிதையை,
சுமந்து விண்ணில் தவழும்
அந்த நட்சத்திரங்களில்
நிலைநிறுத்தப்பட்ட உயிரோவியமாக !

கற்பனைக் கருவில் சுமந்த
வார்த்தைகளை கவிதைகளாய்
உன்னைப் பார்த்ததும்
பிரசவிக்கிறேன்
இமை மூடி நீ
கண்ணுறங்கும் நேரம்
உதடு சுழித்து
சோம்பல் முறிக்கும் அழகிற்கு
நிலா கூட
அடிமை தான் கண்ணே !
முதல்நாள் மகவின்
கடவுள் சிரிப்பை
இரவெல்லாம் கண் விழித்து
கண் சிமிட்டாமல்
ரசித்ததை போல தோன்றியதடி
என் சாகுந்தளமே
என் உயிருக்குள்
நீ எனும் தேன்கூடு
கலைத்து விடாதே என்னவளே
கரைந்து விடாதே என் உயிரே
வெறும் மெழுகெடுத்து வடிக்கவில்லை
என் இதயத்தின் நரம்புகளால்
வடிவமைக்கிறேன்.
முள்ளில்லாத ரோஜாவென
கையில் ஏந்தி நிற்கிறேன்
பிரிவு எனும் முன்னால் என்
நெஞ்சம் / நெஞ்சை குத்தி விடாதே

# 5. மரகதப்பெண்ணே

உந்தன் பாச வலையில்
என் புலம்பல்களை
பின்னித்தீர்க்கிறேன்,
ஏனென்று புரியவில்லை!
என் இயலாமைகளில்
இசையமைக்கிறாய்
யார் தந்தது உரிமை!
உறக்கங்களை உருக்குலைக்கிறாய்,
தூக்கங்களை தொலைத்த
கண்களின் கருவளையம்
உச்சரிக்கும் உன் பெயரை மட்டும்.
புருவங்களின் அசைவுகளில்
பூர்வீகம் மறக்க செய்கிறாயடி,
புன்னகை பேச்சில் பூமியை
மறக்க செய்கிறாய்..
புன்னகை ராட்சசியே
ஏனிந்த இரக்கமற்ற ஆர்பரிப்பு
நினைவுகளால் புன்னகை சிந்தும்
என் இதழ்கள் ஈரமானது..
எட்டாத தூரத்தில்
வற்றாத இன்பம் தரும்
உன் காந்த புன்னகை
சொல்லும் ஆறுதல்,
ஆயிரம் பிறவிகளில்
தொலைத்த அற்புத

மரகத பெண்ணின்
அருமை பெருமைகளை.......
மண்பொம்மைகளுக்கு நடுவே
ஒரு மாய பொம்மை
விழிகளை துளைத்து மனதில்
படி(ப்படியாக) இறங்குகிறாள்..
பேசாத பொம்மைகளையும்
பேசவைக்கும் இந்த பேசும் பொம்மை,
அந்த உருவம்
யாருக்கு வேண்டுமானாலும்
சொந்தமாகலாம்...
என் பார்வை நரம்புகளை
உடைத்து பதிந்த பிம்பம்
எனக்கு மட்டுமே...
முகநூல் புகைப்படத்தில்
உன்பிம்பம் தவிர்த்துவிடு
எனக்கு போட்டியாக கவிஞர்கள்
உருவாக வேண்டாமே !
புன்னகை ராட்சசியே
நிந்தன் சிரிப்பில் வெடித்து
சிதறிய இதயத்துகள்களுக்கு நடுவே
சிறகை விரித்து பறக்கக்கிறேன்
சொந்தமில்லா சொர்க்கமொன்று
சோர்வறியா ஊக்கம் தருகிறது
தாகம் தனித்துவிட்டு
உயிரை குடித்து செல்கிறாள்
பாசத்துளியாய்...
சாரலாய் வருடியும் ஏக்கத்தை
மிச்சம் வைத்து செல்கிறாள்

இதயத்தில் துளிர்த்த தளிராய்...
உன்னைப்போல் பேரழகி கிடைத்தால்
யாருக்குத்தான் கவிதை வராது...
உன் நினைவுகளின் நிமிடங்களை
தொலைக்கவில்லை
நமக்கான விடியலுக்காக
விதைக்கிறேன்...
காதலும் காலமும்
ஒருபோதும் காதிருக்காது,
காதல் வந்த இடத்தில்
காலம் காத்திருக்காது
காலம் நின்ற இடத்தில்
காதல் மெய்த்திருக்காது..
இரண்டையும் வென்றது உன்
இதழோரப்புன்னகை..
பேசாத நிலவைக்காட்டி
அழகு என்கிறது ஒரு
பேசும் நிலவு..
பரிசளில் பயணிக்கிறாய்
மீன்களுக்கு பொறாமை
நீரில்லாமல் வாழும் இரு மீன்கள்..
கவிஞனை பித்தனாக்குவதும்
பித்தனை பேரழகனாக்குவதும்
பெண்ணே ! நீயும்
உனக்காக உன்னால் எழுதப்படும்
வரிகளும் தான்..
இதயக்கூட்டில் ஏதோ
நுழைந்து தூக்கி
செல்கிறது எங்கோ..

காந்த பார்வைக்கு
ஏகாந்தங்கள் மறந்து
போனது..
முகவரி மறந்த
முகில் கூட்டமாய்
சுற்றித்திரிக்கிறேன்..
இவையாவும்
இரவல் வாங்கிய
மண்பாண்ட குடிநீரல்ல
மனமென்னும் இதயக்கேணியில்
ஊறிய நீரோடையூற்று
உன்னிடம் தோற்ற மை
உலகம் போற்ற தீட்டுகிறது
உன் நினைவுகளை...
எத்தனை முறை ரசித்து
மறைத்து வைத்தாலும்...
மீண்டும் ரசிக்க
தூண்டும் உந்தன் புகைப்படம்...
பிரம்மனின் படைப்பில்
அந்த புகைப்படமும் ஓர்
அதிசயம் தானோ!
வருணித்த வார்த்தைகளை
பொய் என்றாள் !?
பிரபஞ்சம் வென்ற அழகும்
நாணம் கொள்ளும் அவள்
அரும்பு புன்னகை முன்னே
பொய்கள் எதற்கு !
கண்ணாடி முன்னே
நீ கரையும் நேரம்

உன் பிம்பம் சொன்னது
அழகை இன்னொரு அழகு
வருணிப்பது இயற்கையின் நியதியோ
கவிதை எழுத வைத்த கண்ணுக்கும்
பெண்ணுக்கும் நன்றி
சொல்லாதவன் ஒரு கவிஞனா
என் வாழ்வின் மிச்சங்களை
தொலைத்த இடம் தான்
உன் கண்கள்.

# 6. நீரோடை நிலா

*வானத்தை பிடிக்காத*
*நட்சத்திர பூவையொன்று*
*பூமிக்கு வந்தது*
*என்னை விரும்பி*
*எனக்காக வாழ !*
*பெண்ணிலவாக மாறி !*
*பிரம்மனே !*
*எப்படி முடிந்தது உன்னால் ?!*
*என் நிலவை இப்புவியில்*
*படைக்க..*
*பூமியை சுற்றி வந்த நிலவே*
*பூமியில் சுற்றித் திரிகிறாயே !*
*புவியில் வந்த நிலவே*
*என்னுள் வர தயக்கமேன் ?*
*முகம் அறியா முழுநிலவே !*
*தினம் தினம் தேய்பிறையாகும்*
*என் நினைவுகள்...*
*நினைவுகள் தேய்ந்தாலும்*
*நான் நினைப்பது*
*தொடர்ந்து கொண்டேயிருக்கும்....*
*கனவுகளில் நீ !*
*கற்பனையில் நீ !*
*தொடரும் நினைவுகளும் நீ !*
*நினைவுகளாய் தொடர்ந்தாலும்,*
*முடிவிலும் நீ !*

கலையாத நித்திரையும் நீ !
கனவே கலையாதே.
என் வாழ்க்கையின்
வளர்பிறையாய் உன் முகம்
கண்ட மாலை நேரம்...
வானத்தில் தேடினேன்
தொலைந்து போன நிலவை !
விழிகளில் கண்ட உன்னழகை
வழியெல்லாம் வரைந்து வைத்தேன்
விண்ணில் பார்த்த நிலவை
அன்று
மண்ணில் பார்த்தது உலகம்
நினைப்பது நானென்றால்
என் நினைவுகளில் வட்டமிடும்
ஒற்றை நிலவு நீயடி !
உளறல்கள் எனதென்றாலும்
கனவில் என் உளறல்களுக்கு
உருவம் கொடுப்பது நீதானடி !
உயிரிலுறைந்த உண்மை கீதம்
என் கனவில் இசைந்தாடும்
கொலுசொலி நீ தானடி !
நம் முதல் சந்திப்பின்
கடைசி நேரப் பிரிவின் போது ,
உன் முகத்தில் கண்ட
அந்த தவிப்புகளில்
புன்னகையின் அர்த்தங்களை
ஆராய்ந்து கொண்டிருப்பேன்.
என் இறுதி நேரம் வரை !

தலை சாய்த்து மழலை போல்
அன்று நீ மலர்ந்த
புன்னகை இன்றும்
என் கண்களில் மாறாத
பூந்தோட்டமாய் .
எத்தனையோ முகங்கள் கடந்தாலும்
உன் புன்முறுவல் மட்டுமே
என் கண்களின்
காட்சித்திரையில் .........
அரை நொடி சம்மதங்களை
என்னிடம் தர விண்ணப்பிக்கிறேன்
இப்பிறவியை வாழ்ந்து முடித்துக்கொள்ள ..
என்னில் நான் விதைத்த பூகம்பத்தை
உலகறிய செய்யும் மழை நீ !
ஒரு முறை உன் தரிசனம்
காண விழையும் விரிசல் விழுந்த மண்....
நீயில்லாத வாழ்க்கையின்
அடுத்த நிமிடங்கள் கூட
பகைமை கொள்கிறது
நீ கிடைப்பாயா ?
சந்தேகத்தின் வருடல்களில்
இவ்வுலகை விட்டு சென்று விட்டால் ..
நின் கண்களில் பெருக்கெடுத்து
நம் காதலுக்கும், காலத்துக்கும்
வரும் உன் கண்ணீருக்கும்
பதில் சொல்ல இலக்கியத்தில் தேடியும்
என்னிடம் வார்த்தைகள் சிக்கவில்லையடி.
உனக்கென்ன,
என் மார்பில் தலை சாய்த்த கணமே,

உன் காதலை இறக்கி வைத்துவிட்டாய் .
சுகம் தாங்க முடியாமல், சுதாரிப்புகள்
தொடராத தவிப்புகளில் நான்...
உன் ஒரே பார்வையில்
ஆடை நெஞ்சின் விரிசல்களில்
தினம் தினம்
இத்துனை தவிப்புகளிலும் வாழ்கிறேன்
ஒரே பார்வையில் நீ அடைமழையானதால் ..
நான் உன் மேல்
கொண்ட உணர்வுகளை
உருக்கி ஆழ் சமுத்திரத்தில்
கலந்தாலும் கூட
பனிப்பிரதேசமாக மாறி விடும்,
என்னில் இறுகி கிடக்கும்
உந்தன் நினைவுகளின் குளிர்ச்சியால்.
நீயென் நினைவில்
அவதரித்த நாள் முதல்,
உன் நினைவால் நானெழுதும்
வார்த்தைகள் யாவும்
அலங்காரப் பொருளாய்
என் கவிதை ஏட்டில் ..
அலங்காரப் பொருளாய்
வைத்திராமல் எழுத்துகளையாவது
உலகம் அறியட்டும்
என் காதலின் ஆழம் புரிய..

# 7. காதல் ஊற்று

அதிகாலை சூரியனிடம்
காதல் கொண்ட மேகக்கூட்டம்
மெய் மறந்து
சிதறி உருகி..
பூமித்தாய் மடியில் விழ...
சாலையோர கண்காட்சியாக
பூத்துக்குலுங்கிய மலரொன்றில்
தேன்பருக அமர்ந்த
வண்ணத்துப்பூச்சிக்கு
நாணம் .....
தலைசுற்ற ஒரு காட்சி...
''காதல் மயக்கத்தில்
ஒரு ஜோடி வண்டுகள்''
''ஊடலை
கண்ட மயக்கத்தில்
இதழ் மூடிய அந்த மலர்''
அருகே ஜோடி
ரோஜா மலர்களில்
ஒன்று மற்றொன்றை
இதழ் தழுவி
முத்தமிட .....
துடிப்பதைக் கண்ட
வண்ணத்துப் பூச்சி...
தன் துணையை
அதிலே காண ....

அவ்விரு மலர்களின்
வருடலுக்கு இடையில்
இவ்விரு வண்ணத்துப் பூச்சிகளும்
தன் நேசம் காட்டத்தொடங்க,
அந்த பூங்காவனமே அசையாமல்
இக்காதல் அரங்கேற்றத்தை
ரசிக்கத் தொடங்கியது......
இவைகள் அமர்ந்த
ரோஜா மலர்
இந்த காதலுக்கு
தன்னை கட்டுப்படுத்த
இயலாமல்..
உமிழ் ஊற்றாய்
தேன் சுரந்து
வழிந்தோட.
அதனருகே மரத்தில்
பழுத்து விழுவதாயிருந்த
இலைச் சருகு கூட
தன் காம்பை பற்றிக்கொண்டு
வண்ணத்துப் பூச்சிக் காதலுக்கு
இடையூறு செய்யாமல்
காம்புடனான கடைசி
நிமிடக் காதலை..
நீடித்துக் கொண்டே போக....
அது நந்தவனமா??
சோலையா??!
தேனூற்றா ?!
குழப்பத்தில்...இலை
நழுவி விழுந்தால்

அக்காட்சி கலைந்திடுமோ
என்ற நினைவில்
மழையாய் விழத்துடித்த
மேகத்தை வேறிடம் நகர்த்த
துடித்தது காற்று.கண்விழித்துப் பார்த்தேன்
ஜன்னல் வழியே நுழைந்து
முகத்தை வருடியது
இளங்காலை காற்று.

# 8. எனக்காக அவள் வடித்த கவிதை

*பெண்மையெனும்*
*கவிதையை சித்தரிக்க*
*நானெழுதிய வரிகளை*
*கவிதை என்றார்கள் .*
*இங்கு பெண்மையே,*
*தன் கிறுக்கல்களை,*
*உளறல்களை,*
*எழுத்துக்களாய் படைத்ததை*
*சாதாரண கவிதையென்றால்*
*போதுமா ?*
*உன்னை அழகுச் சிலையாக*
*எழுத்துக்களில் செதுக்கிய*
*என்னைவிட ,*
*நீ உன் கவிதையில்*
*காட்டிய சொல்லதிகாரம்*
*என் எழுத்துக்களையும் வென்றது*
*எழுதப் பிறந்தவன் என்ற ஆணவம்*
*கொண்டிருந்தேன் ..*
*உன் எழுத்துக்களின் கட்டளை*
*என்னை ஆணவத்திடமிருந்து*
*விடுதலை செய்தது ......*
*இத்தனை முறை*
*ரசித்தாயா என்னை ???*
*உன் கவிதையை சொல்லாமல்*

இருந்திருந்தால் இன்றும்
நான் காதல் குருடனடி
எத்தனையோ பிறவிகள்
சேர்த்து வைத்த காதலை
உந்தன் கவிதை
சொல்லியதுபோல என்னில்
துடிக்கிறது ஓருணர்வு...
என்னைச் சூழ்ந்த
ஒளியின் பரவசம்
எதோ ?
உன் பார்வை நரம்புகளின்
பிரதிபலிப்போ ?
என்றுரைக்கிறது
என்னுள்ளத்து உணர்வுகள்
ஏதோ ஒரு ஜென்மத்தில்
தொலைத்து விட்ட என்னை
ஜென்மங்கள் தாண்டி
தேடிக் கண்டெடுத்த
மனப் புலம்பல்கள் என்னை
எழுதவைத்தன கவிகளாக
எனக்காக வரைந்த
ஓவியமானவள்
பெண்ணாகி...
பூலோகமே அசந்து போக
காதல் செய்யும் போது...
நான் மட்டும்
விதிவிலக்கா என்ன ?
உறவிற்கு பெயர் சூட்ட
தமிழில் வார்த்தைகளை

தேடிய வண்ணம்
என்னில் மிஞ்சுவது வெறும்
மனப் புலம்பல்களே !
மெய்யெழுத்துகளுக்கு அழகு சேர்க்க
அவளிட்ட புள்ளிக் கோலமாய்
அவளெழுதிய கவிதைகள்
எனக்கு ..
அனுபவித்த போது கூட
ஆழ்மனதில் தோன்றவில்லை
வாசிக்கும் போதே உணர்ந்தேன்
அவளின் மெய்யுணர்த்தும் காதலை.

# 9. நான் வாழ்ந்த சொர்க்க பூமி

*மழலையாய்*
*குறும்புக்கார சிறுவனாய்*
*பள்ளிப்பருவ பாலகனாய்*
*நான் வசித்த சொர்க்கபூமியை*
*திரையிட்டுக் காட்டும்*
*வனப்பு வரிகள்*
*என்னுடன்*
*என்னை மிஞ்சும் நண்பர் கூட்டம் !*
*எங்களுக்காகவே*
*படைக்கப் பட்டதென அறியாமல்*
*ஊரார் தோட்டத்தில்*
*வளர்க்கப்பட்ட கொய்யா மரங்கள்*
*சாதிப்பிரிவினையை*
*சாக்கடையில் போட்ட*
*நிலாச்சோற்றுப் படையல்*
*எங்கள் ஆரவாரத்தால்*
*சூரியனை மறந்து*
*எங்கள் பக்கம் முகம்*
*திருப்பிய சூரியகாந்தி தோட்டம்*

*பால் மறந்த*
*பாலகர்கள் எல்லாம்*
*பாலூட்டி வளர்த்த*
*அனாதைப் பூனைக்குட்டிகள்*

ஐந்தறிவு சீவனும்
அனாதையாக்கப் படாத
பூலோக சொர்க்கம் தந்த
எங்கள் மழலைப் பருவ
நண்பர்கள் கூட்டம்
மின் விளக்குகள் அரங்கேற்றிய
விட்டில் பூச்சிகளின் நடனம்
வண்ணத்துப் பூச்சிகளை சங்கமித்த
தும்பைப் பூக்களின்
தெருவோர அலங்காரம்
காகங்களுடன் கபடி விளையாடிய
மண்புழுக்கள் ! !
ஆம் அன்னப்பறவையாய்
எங்கள் ஊர் காகங்கள்
வாழ்ந்த செழுமையான காலமும்
எங்கள் ஊரில் அங்கமாய் ….
இன்று கனவிலும்
கண்டு ரசிக்க முடியா
என் மழலைப் பருவ நினைவுகளை
நித்திலமாக்க இவ்வரிகள் போதாது

# 10. வாழ்க்கை

பிறப்பின் வலி
குழந்தை அறியாது
ஆயினும் அழுகிறது
தன் தாயின் வலிக்காக !
இயன்றவன்
இல்லை என்கிறான்...
இயலாதவன்
மறுக்க துடிக்கிறான்...
மனிதனுக்கு
பசியுடன்
கல்மனமும்
இயலாமையும்
அத்தியாவசியமாகிவிட்டது..
ஒரு முறை மட்டுமே
கிடைத்த இப்பிறப்பால்
எத்தனை துயரங்கள்
தினம் தினம்
ஒரு முறை மட்டுமே
வரும் இறப்பை தாமதிக்க
எத்தனை போராட்டங்கள்
தினம் தினம்
ஓர் நாள் கருவறை முதல்
கல்லறை வரையான
பயணத்தின் நாட்கள்
பொறிக்கப்பட்ட கல்வெட்டுக்கடியில்

*ஒரு நிரந்தர உறக்கம்*

*இவ்வளவு தானே வாழ்க்கை !?*

# 11. கற்பனை குதிரையில் அவளைத் தேடி

*என் காதல் ஓடையை*
*நீரோடையாக்கி*
*நிலா மகளை நிலத்தில்*
*தவழவிட்டு !*
*நினைவுகளை வருடிய*
*கற்பனைகளால்*
*காகிதத்தை வருடிய*
*என் எழுதுகோலின்*
*வருணனைகள் தான்*
*என்னவளின் அழகு*
*உனக்காக என்*
*வார்த்தை ஊடகத்தில்*
*ஒரு காதல் கோட்டை*
*கட்டி வருகிறேன்*
*கட்டுமானப் பணிகளின்*
*ஓய்வு நேரங்களில்*
*என் கற்பனை குதிரையில்*
*உன்னைத் தேடி பயணிக்கிறேன்.*
*என்னில் பூத்த*
*ஒற்றைத் தளிரே...*
*நீ மட்டுமே*
*நிலைத்திருக்க... .*
*உனக்காக நான்*
*தளிர் தாங்கிய*

கொடியாகவே……..என்னை அலங்கரிக்கத்
தோன்றிய படைப்பிலக்கியமே……
பாலை மனமென்னனுள்
பூத்த
குறிஞ்சி மலரே…
நீ மட்டுமே
நிலைத்திருக்க ……
என்னில் பூக்கத் துடித்த
தளிர்கள்
யாவும் அங்கீகாரம் பெறாமல் ….
என் காதலை அணுக்களாகப்
பிளந்து
தூக்கி வீசினாலும் ….
அமீபாவின் சுழற்சியில்
அந்த காதல்
விதைகள் சொல்லும்…
என் விருட்சமாகி
நின்றவள்!!!
நீ தான் என்று.!!!!...
பூமிக்கு பிரம்மன் படைத்த
நிலவை
விண்ணில் கண்டபோதெல்லாம்,
நட்சத்திரங்களும்
தேடத் தொடங்கியது
என்னவளே உன்னை !

# 12. காதல் கரு

என் காதல் கருவில்
நீ மகவாய் வாழ்ந்து வந்தாலும்
என்னில் கூடு கட்டாத
அதிசயப் பறவையாய்
பறந்து திரிகிறாய்.
ஏங்கும் இந்த கிளைதனை
அலங்கரிப்பது எப்போது.
உன் பெண்மையின் அழகு
என்னை; என் ரசிப்புத் தன்மையை
விலை பேசிவிட்டது.
தாயன்பை மட்டுமே உலகமாய்
நினைத்து வாழ்ந்த என்னில்,
காவியமாய் இடம் பிடித்தாய்.
நானிழந்த பாசம் தனை
உன்னில் கண்டேன்...

உனக்காக மட்டுமே
ஓடிக்கொண்டிருக்கும் என்
இதய இரத்த நாளங்கள்,
நீ இல்லை என்று தெரிந்தாலும்
நீ இல்லை என்று மறுத்தாலும்
உறைந்து விடும் அக்கணமே
உனைக்கண்ட அந்த நிமிடமே
என் ஆண்மைக்கு
உன்னை அடையாளப் படுத்திவிட்டேன்

உன்னை நினைத்து
நிலவை பார்த்தேன்
வானம் புரியவில்லை
உன் கூந்தல் சாரல் உணர்ந்து
பனிப்பொழிவை பார்த்தேன்
மார்கழி புரியவில்லை
உன்னிதழ் கன்னம் ருசித்த
என் உதடுகளுக்கு
தேன்கிண்ணம் சுவை மரத்ததடி !
என் தெய்வத் தாயுடன்
பாசப்போர் புரிய வந்த
கன்னித்தாய் நீ தானடி
என்னவளே.

# 13. கடைக்கண் மீள்பார்வை

பூவே !
உன் மீள்பார்வைக்கு
மகரந்தங்கள்
அர்த்தம் சொல்லும்...
என்னில்
மறைத்து வைக்கப்பட்ட
உயிரோவியம் நீயடி...
கனவில் உன் நினைவுகளின்
ஓட்டங்கள்
மிச்சம் வைக்காமல் தவிக்கிறது...
நிஜத்தில் அரங்கேறத் துடிக்கும்
நம் வாழ்க்கை,
கனவில் சோதனை ஓட்டம்
பார்க்கிறதோ என்னவோ !
கடைக்கண்ணால் பார்த்த நீ
கண் வைத்து
பார்க்கத் தொடங்கிய
நாள் முதல்
நான் சிறை பிடிக்கப் பட்டேன்.
உன் கண்களின் ஈர்ப்பை
வருணிக்க என்னில்
வார்த்தைகள் இல்லையடி !
வரையறுக்க நான்
கண்ணதாசனும் இலையடி !

உன்னைவிட...

என்னை சிறை பிடித்த
உன் கண்களிடம்
என் நேசிப்பும்
உன்னதம் தான்
உன்னை காணும்
நேரங்களில்
என் பார்வையில் ஊறிய
மை தீட்டி; மனதில்
நான் வரைந்த ஓவியம்
உன் கண்கள்
காதலுக்கு கவிதை
தெரியாதென்பது பொய்தான்...
ஒரு வேளை நான் ஊமையாய்
பிறந்திருந்தாலும் கூட
உன் கண்கள் கண்டவுடன்
மௌனத்திலும்
கவிதை மழை
பொழிந்திருப்பேன்
உன் கண்களால் தவற விட்ட
என் மனதை
கவிதையால்...
மீட்டுக் கொண்டேன்

# 14. சந்தன நிலவு

சந்தன நிலவொன்று
மஞ்சள் பூசி வந்ததம்மா !
உன் வண்ணத்துப்பூச்சி
இமைகள் கண்டு
ரோசா மலர் நாணுகிறது
ரோசாவின் வெட்கத்தை மிஞ்சுகிறதே
தமிழ்ச்சியுந்தன் வெட்கம்.
முகம் மறைப்பத்தின்
மிச்சத்திலும்
உன் வெட்கம்
அருவிச்சாரலாய்
உன்னை மறப்பது
மூடத்தனம்
உன் புன்னகை தான் எனக்கு
மூலதனம்
முற்றுப்புள்ளி வைக்கப்படாத
என் முதல் வாக்கியமே...
முடிவும் நீ தான்
முடிவில்லா நீரோடை
பயணமும் நீ தான்
உன் மரகதப் பார்வையில்
மயங்கி தவிக்குது
என் கற்பனைகள்
எப்போதும்
கற்பனைப் பாத்திரத்திற்க்கே

வலிமை அதிகம்
வாசகர் மத்தியில்
பாவம் என்ன செய்வேன்
கவிஞனாகிய நான்
ரீங்கார வண்டுக்கும்
கற்பனைக் கவிஞனுக்கும்
தேனை விட
மலரின் மனம் தானே
நீடித்த பாதையாய்!
பயணமாய்.!
நிழலுடன் மோதி மோதி
நிஜத்தை தொலைக்கும்
பேதை போல
வார்தைகளுடன் மோதி
படைப்புகளை
காற்றில் தொலைக்கிறேன் !
கரைக்கிறேன்! தமிழச்சிக்காக !
உளவியல் சொல்லும்
உலகம் உன்னை
திரும்பிப் பாராது
என்னவள் பார்வைத்திரையில்
என் எழுத்துக்களின் பிம்பம்
விழுந்தால் போதுமென்ற
போராட்டத்தில் நான்
வெள்ளை ரோசாவுக்கும்
மஞ்சள் வண்ணம்
தீட்டிப் பார்க்கும்
இவன் எழுத்துப்போர்.

பரவசத்தேடலில் பார்த்த
இடமெல்லாம் எழுத்துகளின்
நடனம் அரங்கேறும்
பல சமயம் உன் புருவங்கள்,
சில சமயம் உன் உதடுகள்
இசைத்த உன் வார்த்தைகளோடு
தொடரும் இந்த
நீரோடை பயணம்
எனது ஆழ்ந்த உறக்கங்களுக்கு
அமைதி நீரோடையில்
இசையாகிறாள் என்னவள்
நிசப்தங்களில் தொலைந்து
நிஜங்களில் வரிகளாகும்
கவிஞனுக்காக
இதோ இவ்வரிகள்

# 15. பிரபஞ்சங்களின் பொருட்காட்சி

*கனவில் வந்த*
*என் உளறல்களுக்கு*
*உருவம் கொடுத்து*
*மழலையாய் நினைவில்*
*சுமந்த உன்னை*
*நிஜத்தில் வரையறுத்த*
*நம் முதல் சந்திப்பின்*
*நிகழ்வுகள் சொல்லும்*
*நிழலாய்*
*நிஜமாய்*
*வாழ்க்கை முழுவதும் வருபவள்*
*நீ தான் என்று ....*
*என்னில் மட்டுமே*
*வசித்த நீ*
*இம்மண்ணில் வசிப்பதை*
*அறிந்த நாளும் அதுவே ...*
*சிலிர்க்கும் மழைத்தூறலும்*
*சீறி வரும் கோடை காற்றும்*
*ஒன்று தான் ! !*
*கைகோர்த்து நீ அருகில்*
*நிற்கும் நேரங்களில் ....*
*நம் முதல் பேருந்து பயணமதில்*
*கண் சிமிட்டாமல் உன்னை ரசித்துக்*
*கொண்டிருந்த வேளை...*

காட்சித்திரையில் ஊறிய நீரில்
மீனாக நீந்திச் சென்றது
உன் கருவிழி இரண்டும்.

பேருந்து பயணத்தில்
இடைவிடாது சிமிட்டும்
உன் விழிகளை
கண் சிமிட்டாமல்
பார்த்த கணம்
உன் முகம் மறைக்கப்பட்ட
அந்த ஐந்து நிமிடங்கள்
மேகத்துள் மறைந்த
நிலவை தேடி
எதிர்பார்ப்புகளை சுமந்தபடி
காட்சிகளின் தேய்பிறையோ
என்று எண்ணியபடி !
பிரபஞ்சங்களின் பொருட்காட்சிக்கு
பிரம்மன்
தவமிருந்து செய்த
அழகுச் சிலையோ இவள்.

# 16. "மை" விழிமொழியாள்

*மைகொட்டி எழுதவில்லை!!!...*
*ரத்தம் சொட்டி தவிக்கிறேன்!!!!....*
*உன் நினைவுகளால்.....*

*பெண்ணே*
*சில தருணங்களில்*
*காதலை...*
*சொல்ல தவிக்கிறாய்*
*சொல்லி தவிக்கிறாய்*
*பலநேரம்*
*தூது வந்த காதலை*
*ஏற்றுக்கொள்ள*
*மறுக்கிறாய் !*
*இழந்த காதலை*
*எண்ணி எண்ணி*
*நாட்களை பிரபஞ்சத்தில்*
*தொலைக்கிறாய்*
*பூட்டப்படாத வீட்டுக்குள்*
*பூட்டிய மனதோடு*
*போலி பிம்பத்துடன்*
*விட்டில் பூச்சியாய்*
*வாழ்வை நகர்த்துகிறாய்*
*நினைத்தால் மலரும்*
*வல்லமையை*
*மலருக்கு கூட தரவில்லை*

இறைவன் !
திறன் இருந்தும்
கானல் திரவமாக
நடிப்பதேன்
திங்கள்
சோர்வுடன் போராட
கடந்த
இழந்த
மறைந்த
தொலைத்த
இழைத்த
நாட்களை
நினைத்து அசைபோடும்
கூழாங்கற்களாக நகர்கிறது
நாட்களுடன்
உன் வாழ்வும்.
வாழ்வின் மிச்சங்களையாவது
எழுத்துகளின் இடைவெளிகளில்
தொலைக்காமல்
நீ நீயாக
வாழ்ந்துவிடு!!!
இப்படிக்கு
உன் நாளேட்டின் மை
தீர்ந்த பேனா.......

# 17. நீ வருவாயென

*காற்றைத் தூது விட்டேன் ,*
*கண்ணே உன் சுவாசமாகிவிட.*
*கனவைத் தூது விட்டேன்*
*பெண்ணே உன் தூக்கமாகிவிட !*
*துக்கத்தைத் தூது விடுகிறேன்*
*உன் பக்கத்தில்*
*தூக்கியெறியப்பட்ட*
*காகிதமாகவாவது கிடக்க !*
*என்னை தொலைத்தவளே !*
*இன்னும் என்னில்*
*சந்தேகங்கள் நிலைக்க*
*நீ வருவாயென !*
*கண்மணியே !*
*உன் பகலில்*
*என் இரவைத் தேடுகிறேன்*
*என் பகலில்*
*உன் இரவைத் தொலைத்து விட்டு...*
*நீ வருவாயென !*

# 18. கண்ணீருக்கு போட்டியாய்

*நான் மரணிப்பதை விளையாட்டாய்*
*கூறிய கணம்*
*அவள் கண்களில் ஊறிய*
*கண்ணீர் சொன்னது..*
*உன் மரணம் நிஜமென்றால்*
*அவள் உயிர்*
*கண்ணீரை முந்திக் கொண்டு*
*வெளியேறும்.*
*பிரிவில் மரணம்*
*கண்ணீருக்கு போட்டியாய்*

# 19. நித்தம் ஒரு முத்தம்

புகழ் வேண்டிப்
படையெடுக்கும்
அரசனும் இல்லை
வரங்கள் பெற
தவமிருக்கும்
முனிவனும் இல்லை
அன்பே !
உன் சுகந்தம் தேடி
எனக்குள் தவமிருக்கும்
கடல் வாசி நான்
புன்னகையே
என் இதழ்களில்
முத்தமிட்டு நித்தம்
நிரந்தரமாய்
நிலைத்திட வா !

# 20. காதல் கட்டளை

என் நினைவுகள்
தென்றலாய் உன்ஸ்பரிசம்
தீண்ட வரும்போது...

என்னை தண்டிக்கும்
உரிமை உன்வீட்டு
ஜன்னலுக்கு இல்லை !
என் கட்டளையை
சொல்லிவிடு.....
உன் வீட்டு ஜன்னல்களிடம்....
தென்றலாய் நானிருந்தாலும்
உன்னிடம் சுவாசம்
தேடும் நிலையில்.....
என் நினைவுகள்
கூட ஆயிரம் காதல்
மொழிகள் பேசும்...

# 21. காதல் வழக்கு

மண்ணில் சரீரம் உள்ளவரை
நம் காதலை
இம்மண்ணில் வாழ வைப்போம்.
பின்னர்
விண்ணில் வாழ வைப்போம்.
உயிரோடு கலந்தவளே
உளறல்கள் சொந்தமில்லை !
நீயென்ற இலக்கினிலே
போராடி நான் வெல்வேன்.
நீயில்லாப் பாதையிலே
மணலோடு மணலாக நான்.

நான் ரசிக்கும்
உன் காந்தக் கண்களில்
என் பார்வை
படும் போதெல்லாம்,
வெட்கத்தில் சுளிக்கும்
உன் உதடுகள்.
உறவுகள் தந்த சரீரம்
இது என்றாலும்,
உனக்காக உலகம்
வந்த ஆன்மா எனதே.!
இக்கவிதை எழுதிய கணம்
“நீ” என்ற
எழுத்தின் மேல் விழுந்த

அந்த வேப்பம்பூ அறியும்
உன் மேல்
நான் கொண்ட உடைமை !
முன்பெல்லாம் உன் காதலுடன்
போட்டியிடும் என் காதலும்
பாசமும்
உன்னை மிஞ்சிய கணம்
உன்னிடம் காதல் வளராத
காரணம் கேட்டு
வழக்கு தொடுத்துக் கொண்டே.

# 22. அணுவாய்ப் போனாலும் காதலிப்பேன்

என் தேவதையால்
தொலைந்து போன
வார்த்தைகளைத் தேடி
கனவில் கால் பதிக்கிறேன்
ஒரு முறை வந்தால்
கனவில் வந்த வானவில்
நித்தம் கனவை
அலங்கரிப்பதால்
தேவதையே நீயெந்தன்
கார்முகில்
இரவையும் நேசிக்கிறேன்
கனவில் நீ வருவதால்...
உன் நினைவுகளால்
உனக்காக
உன்னை நினைத்து
வருணித்து எழுதிய
கவிதைகளின் வார்த்தைகள் யாவும்
என் மேல் காதல் கொண்டது
உன் அருகில் நின்று
சுவாசிக்கையில்
என் எல்லா
அணுக்களுக்கும் குறுஞ்செய்தி
அனுப்புகிறேன் .

மூச்சுக்காற்றாய் குருதியில்
கலந்தது வரும்
உன் நினைவுகளை
சேமிக்கச் சொல்லி ..
சந்திப்புகளின் முடிவில்
காதல் இனிப்பதில்லை
பிரிவுகளின் முடிவில் தான்
காதல் நீடிக்கிறது
காணாத தூரத்தில்
நீயிருந்தாலும் ! !
அலைபேசியில் நின்
குரலில் கலந்த கீதம் ..
சுகமா ? சோகமா ?..
அறிந்துகொள்ளும் அனுபவம்
என்னிடம் மட்டுமே
விழிகள் படாத தூரத்தில்
நீயிருந்தாலும், இமைகள்
மூடிய விழித்திரையில்
உன் முகபாவனைகள்
மட்டுமே
அணுக்களாய் சிதைந்து
போனாலும் காதலித்துக்
கொண்டே இருப்பேன்......

# 23. வெட்கச் சிணுங்கல்கள்

*சிணுங்கும் ஓடையின்*
*வெளிப்பாடு*
*உன் வெட்கம்.....*
*உன் ஈரக்கூந்தல் உலர்த்தும்போது*
*சிதறியது நீர்த்துகள்கள்*
*மட்டுமல்ல ...*
*என் இதயமும் தானடி.*
*உன் துறுதுறு பாவனைகளால்*
*குழம்பித் திரிகிறேனடி*
*உன் அழகை ரசிப்பதா ?*
*பாவனைகளை ரசிப்பதா ?*
*நிபந்தனையின் பார்வையில்*
*எண்ணச் சிதறல்கள்*
*உன் கால்களில் உரையாடும்*
*கொலுசு மணிகள் கூட*
*உன் பூமுகம் பார்க்க முடியாத*
*சோகத்தில் கிடக்க...*
*என் இரு விழிகள் மட்டும்*
*நாள்தோறும் உன் பூமுகம் பதித்து செல்கிறது.....*
*பார்வையால் எடுத்த புகைப்படமாய்*
*உன் முகம் மட்டுமே*
*என் இதயக் கூட்டில் ................*
*உனைப்பிரிந்த நேரங்களிலும்*
*என்னில் ஸ்பரிசமாய்*
*நிலைத்திருக்கும்*

உன் வெட்கச் சிணுங்கல்கள்....
உன் வெட்கச் சிணுங்கல்களுக்கு
வெளிப்படும் வெட்கத்துக்கு.....
புன்னகைத்து மறைக்கும் உதடுகளுக்கு...
என் கண்ணிமையின்
சிமிட்டல்களை மறந்து
பார்க்கத் தூண்டும்
உன்னிருவிழிகளுக்கு....
நான் செய்த
சிறு தவறுகளுக்கு
அதட்டல் சொன்ன
உன் குரலுக்கு.....
உன் உதட்டோரப்
புன்னகையில் மட்டுமே
முகம் காட்டும்
அந்த முத்துப்பற்களுக்கு......
என் முன்னே நீ நிற்கையில்
தரையில் படாமல்
கோலமிடும் உன்கால் விரல்களுக்கு.....
வருணனை சொல்ல
என் ஜென்மங்களில்
வார்த்தைகள் இல்லையடி
வானவில்லே !

# 24. ஜென்மங்கள் தாண்டிய உறவு

பயணச் சூழலில்
சிலநேரம்
பார்வைகளில் பயணிக்கும்
உனைப் பற்றிய
என் நினைவுகள் !
சிலநேரம் என்னில்
சங்கமித்த நீயெனும்
கற்பனைப் பாத்திரத்துடன்
உரையாடல்....
உன் இமைகள் சந்திக்கும்
இடைவெளி இயக்கத்தில்
உருவாகும் மெகா-வாட்களால்
இயங்கும் உன் மின்
காந்தக் கண்களில்
சிக்கித் தவிக்கும்
என் பார்வை நரம்புகள்...
எத்தனை சூத்திரங்கள்
கொண்டாலும்,
காலக் கணிதமும்
ஜோதிட அறிவியலும்
என் தலைவிதியை
நிர்ணயிக்க இயலாது.
நீ என் மனக்கணிதத்தின்
சூத்திரங்களாக இருக்கும் வரை.....

# 25. காதல் புலம்பல்கள்

*மணம் வீச*
*மறுக்கும் மலரே,*
*உந்தன் சாதனை*
*மௌனத்தில் இல்லை.*
*சிறகை மறந்துவிட்ட*
*காதல் பறவையே,*
*உந்தன் சிறப்பு*
*வானத்தில் இல்லை.*
*பார்க்க மறந்த*
*ஈர்க்கும் கண்களே,*
*உனக்கு தடை*
*இமைகளில் இல்லை.*
*என் மன வெளிச்சத்தின்*
*விளைச்சலில் உன்னை*
*நான் கண்டறிவது போல்...*
*உன் மன இருட்டின் மிரட்டலில்*
*என்னை அறிந்துகொள்ள*
*முடியவில்லையடி பெண்ணே!?.*
*இன்னும் உன்னில்*
*என்-காதல் இல்லாத*
*காவல் ஏன்?..,*
*என்னில் நீ*
*நானாக*
*புலம்பிக்கொண்டிருக்கிறாய் ! !*

என் நிஜத்தில்
உன் நிழலை
பதிவு செய்தேன்...
நீ உன் நிழலிலாவது
என் நிஜத்தை
பதிப்பாயே என்று ...
நீயோ உன் நிகழ்வுகளில்
ஒன்றாய் என் நிஜத்தை
ஒதுக்கிவிட்டாய்....
நிஜத்தை மறந்தாய் .....
கண்களை உன்னிடம்
அடகு வைத்துவிட்டு
இங்கே நான் அழுதால்
தகுமோ !
நாள் முழுவதும் நீயென்ற
புத்தகத்தை தேடிக்கொண்டே
இருக்கிறேன்
என் நூலகமே
நீயென்பதை அறியாமல் .....
வெறுத்த என்னையே
உன்னால் மறக்க
முடியாத போது
விரும்பிய உன்னைமட்டும்
என்னால்
எப்படி மறக்க முடியும்
என் செல்வமே !

# 26. மனம் கொத்திப்பறவை

கானல் நீரில்
கரைந்து போகும்
பாலைவன ஊடகமாய் !
நான் சித்தரிக்கப் படுகிறேன்.
கண்ணே நீயில்லாத நான் ...
உன் நினைவுகளை
சுமந்து கொண்டு
மரணம் தழுவ
விருப்பம் இல்லையடி......
இன்னுயிர் பிரிந்தால்
இவ்வுடல் உன்னைவிடுத்து
அக்கல்லறையை
சுமந்து கொண்டிருக்குமென்பதால்.....
உழவனுக்கு தெரியாது
மண்புழுவின் காயங்கள்
அதுபோல தான்
என் காயங்களும்
ஒளிந்துகொள்ளும் உன்னை
காயப்படுத்த மனமில்லாமல் ....
மரங்கொத்திப் பறவைகூட
மரத்தை காயப் படுத்தினாலும்
அதிலேயே தங்கி வாழும்
நீயோ என் மனதை
கொத்திவிட்டு பறந்து
உன்வழிப் பயணம்

செல்கிறாயடி

மனம் கொத்திப்பறவையே

# 27. மேகக் கடன்காரி

எதிர்பார்ப்புகள் நிறைந்த
இலையுதிர்கால
மரமாய் !
உதிர்க்கப்பட்ட இலைகள்
யாவும் வீட்டுக் கூரையை
அலங்கரித்தவண்ணம்.
என் கண்களை கண்ணீர்
சொந்தம் கொண்டாட
இழப்புகள் தேவையில்லை !
உனைப் பிரிந்த நாட்கள் போதும்.
நான் சோறு உன்கையில்
உன் பூவிதல்களில்
நீ நிரப்பிய உருண்டைகள்
நினைவுகளாய் தட்டை நிரப்ப.....
உனக்கு பதில்
நிலவை அழைத்து
மடியில் தாலாட்டி
அசரீரியால் உன்னை
உறங்க வைத்துக்கொண்டே....
பிரிவின் தண்டனைகளும்
சுகம் தரும்....
பெருமழையாய் உந்தன் காதல்
பொழியாவிடிலும்....
மேகக் கடன்காரியே!!

# 28. மெழுகு பொம்மை

உன் மனம் கவர்ந்த
உன் வீட்டு மெழுகுபொம்மை
சொல்கிறது உன்னிடம் ...
''படைப்பால் உருகப் பிறந்தவள் - நான்''
உனக்கென படைக்கப்பட்ட
உள்ளம் வற்றி
உருகி எழுதிய
இந்த வரிகளை
சற்று வாசித்துப் பார்.....
கண்ணாடிக்கூட்டில் பத்திரமாக
என்னை வைக்கத் தெரிந்த
உனக்கு ....
துடிக்கும் இந்த உயிருக்கு ஏன் ?
உன்...
இதயக் கூட்டில் இடம் தரவில்லை ?

# 29. மனதை பூட்டி வைத்தாலும்

*நீ மனதை எத்தனைநாள்*
*பூட்டி வைத்தாலும்*
*உன் மனக்கதவின் முன்*
*காத்திருப்பேன்....*
*காவல்காரனாக அல்ல .....*
*காதல் காரானாக...*
*உன் சுவாசமில்லா வெளியை*
*சுவாசிக்க மனம் சம்மதிக்காமல்*
*இலையுதிர் மரமாக காத்திருக்கிறேன்*
*என் பிராணமே*
*நீ வரும் வரை ...*
*ஏற்றுக்கொள்ள தாமதிப்பதால்*
*என்னிலை பார்த்து*
*தாமதங்கள் கூட*
*தாடி வைத்து*
*வீதிகளில் திரிகிறது ...*
*என் காதலை தாமதங்களில்*
*தங்க வைத்தவளுக்கு*
*கவிதை ரசனை இருந்திருந்தால்*
*காதல் கொள்ளாவிடிலும்*
*அவள் மனம் காயப் பட்டிருக்கும்.*

# 30. உன் பெயரில் ஜென்மங்கள் அர்த்தப்படும்

*பெண்ணின் மனதில் இடம்*
*கிடைப்பது தவமெனின்..*
*அவள் வாழ்வில் இடம்*
*கிடைப்பது வரம் !*
*என்னவளே.....*
*என் இதயத்தில் உறைந்த*
*இரத்தத்தின் ஒவ்வொரு*
*அணுவும் உன் நினைவோடு*
*உறைந்துகொண்டே ..*
*இதயமே ?!*
*அவளிடம் இருக்காதே !*
*என்னிடம் வந்துவிடு !*
*என்று உரைத்தபடி*
*உன்னால் வந்த வெட்கத்தின்*
*அர்த்தங்கள் அறியும் முன்னரே ,*
*வேதனையின் முகவரிகள் தந்தாயே !!!!!!*
*இதுதான் காதலின் வேக(த)மோ ?*
*உன்னை நினைத்து*
*அழும்போது வரும்*
*கண்ணீர் கூட*
*கரும்பைப் போல தித்திக்கும் !!*
*நினைவில் நீ*
*இருப்பதால்..*

நீ என்னை கடந்து சென்றாலும்
உன் வாசம் கடந்திட என் நுரையீரல்
அனுமதிப்பதில்லை ............
உன் பெயரின் அர்த்தங்களை தேடி
வெறும் அகதியாய் !!!!!!!!
தமிழ் அகராதியை
புரட்டிப்பார்த்த போது
தேவதை என்ற வார்த்தை
மட்டும் நீக்கப்பட்டு
உன் பெயர் அதை
அலங்கரித்து இருந்தது ,
உன் பெயரின் அர்த்தங்கள்
அதை பூர்த்தி செய்துவிட்டதால் !!!!!!!
ஆன்மிகவாதியாக யோகத்தில்
நானிருந்தாலும்....
என் கடவுள் அடிக்கடி
தொலைந்து போகிறார் ?
அன்பே உன்னை என்னிடம்
சேர்க்கும் சம்மதம் பெற ......
சம்மதங்கள் தேடும் கடவுளுக்கு
போட்டியாக உன்னை தேடும்
பணியில் நானும்..
உன் உதடுகள் உச்சரிக்கும்
சம்மதம் என்ற
ஒற்றை வார்த்தையில் தான்
என் ஓராயிரம் ஜென்மங்கள்
அர்த்தப்படும் ...
அர்த்தங்களை தேடி ......
இந்த ஜென்மத்தில் !!!

# 31. மரணத்திலும் ஜனனிக்கும் என் காதல்

*என்னில்*
*தேடல் உள்ளபோது*
*உன்னில்*
*காதல் இல்லை...*
*உன் உணர்வுகள்*
*என்னை தேடும் நேரம்*
*என் உருவம்*
*உறங்கும் இடத்தில்..*
*மலரே !*
*நீ மலர் தூவும் நேரம்*
*மலரோடு மலராய்*
*நீயும் விழுந்து விடாதே...*
*உன்னோடு சேர*
*மணவரை மட்டுமே...*
*என் எண்ணம்*
*மரணத்தில் இல்லை*

# 32. உன் மௌனங்கள் சிந்திக்கத் தொடங்கி விட்டால்

உன் மௌனங்கள்
சிந்திக்கத் தொடங்கி விட்டால்
என் தண்டனையின்
நீளம் குறையும்.
உன்னில் சிறை
வைக்கப் பட்ட
உன் வார்த்தைகள்
சிந்திக்கத் தொடங்கி விட்டால்
இது வரை நான் கண்ட
என் வாழ்க்கையின் வலிகள்
அர்த்தப்படும் ....
தொலை தூரப் பேருந்தாய்
உன் மனம் சென்றாலும்
சன்னல் வழிக் காற்றாய்
பின் தொடர்வேன் .
கவிதைக்கு அர்த்தங்கள்
தந்த என் காதலின்
இலக்கணம் உன்னில்.....

# 33. ப்ரியமானவளே

சிரம் நீட்டி மங்கலநாண் ஏற்று
கரம் பிடித்து அக்னி சுற்றி
வரமென வந்த வசந்தமே !
நிந்தன் கைப்பற்றிய கணம்
எந்தன் கற்பனை நிழல் நிஜமானது!
நிலவுக்கு தங்கச்சி நீதானோ !
நிழலுக்கு என் கட்சி நீயோ !
உந்துதலில் இல்லாள் !
துணை நிற்பதில் அகமுடையாள் !
விருந்தோம்பலில் ஆயந்தி !
விரும்புதலில் வதுகை !
போர்க்குணத்தில் நாச்சி !
மனைவியாக கோமகள் !
கற்பனை கதாபாத்திரத்திற்கு
நிஜத்தில் குரல் தந்தாய்...
கரைந்த காணலுக்கு
தினம் பூச்செண்டு தந்தாய்...
நெகிழியாய் காற்றில் திரிந்த
பட்டத்திற்கு அங்கீகாரம் தந்தாய்...
உளரல்களுக்கு உருவம் தந்தாய்
உருவத்திற்கு கருவறை தந்தாய்
எழுத்தில் பிரபஞ்சம் வெல்ல
வல்லமை தந்தாய்
அனைத்தும் தந்தவள்
வாழ்வெல்லாம் உன்பிம்பம்

பதிந்த பயணத்தை தந்தாய்...
தவறவிட்ட முந்தய பிறவிகளின்
இன்பங்கள் யாவும்
இப்பிறவியில்
என்னுடன் வாழத்துடிக்கும்
அன்பே !
நீயென் வாழ்வில் கைகோர்த்து
வாழும் போது
உருவம் தந்த
தாயின் அரவணைப்பை
பகிர்ந்து கொள்ள வந்தவளே ! ! !
உள்ளம் துளைத்த நங்கூரம்
நீ மட்டுமே
கைப்பற்றி இல்லாள்
இல்லம் புகுந்த நாளில்
மனை புகுந்த மனையாளுக்காக
மடை திறந்த கவிதை வெள்ளம்

# 34. செல்ல மகளே

காற்றாடி வாடகைக்கு வாங்கி
தள்ளிய காற்று கூட
அவள் முகம் பட்டதும்
உனக்கே நான் சொந்தம் என
சொல்வது போல தோன்றிய கணம் !
அவளோ அரும்பாய் என் மடியில் !
தமிழ் நடையழகு கூட
நாணம் கொள்ளும்
மகளே நீ நடக்கும் அழகை
கண்ட நொடி !
என்னவள் உன்னை சுமந்த
கருவறை சொல்லும்
அவளை காட்டிலும் இன்பச் சுமை
எனக்கே அதிகம் என்று...
என் தாய் தந்த பரிசு நான்
எனக்கு பரிசாய் கிடைத்த தாய்
என் மகள் நீயே !
உன்னை பிரிந்தால் அது
உயிர் வலி !
உயிர் போகும் வழி !
மேகத்தை திரித்து
காலனி செய்வேன்
மகளே !
நீ நடக்கும் தடங்களில்
சுடும் கற்கள் இருந்தால் ...

கற்பனையால் வென்ற பரிசு
நான் இயற்றிய கவிதை !
பேராண்மையால் வென்ற பரிசு
என் செல்ல மகளே நீ !
அந்திநேர அழகிய நந்தவன
தென்றலாய் தவழ்ந்து வர
சிமிட்டும் உன்னிமைகள் கேட்க்கும்
கேள்விகளுக்கு பதில் சொல்ல
இலைகள் யாவும் ஆரவாரிக்கும்
சிலநேரம் காம்பின் பிடியில்
விடுதலை கேட்கும் பனிமலர்கள்
உன்மேல் விழும் மழைத்துளியாகிட....
அந்த ஆகாயம் இருளலாம்
விலகியும் ஒளிரலாம்
என்றும்...
நான் உன்னை வெளிச்சத்தில்
தாங்கி நிற்பேன் அன்பே
உன்னை விழி எனலாம்,
வாழ்வின் ஒளி எனலாம்.
வெளிக்காட்ட தெரியாத அன்பை
ஆயிரம் மடங்காக்கி
மறைப்பவளும் நீ தான்
துயில் எழுப்பும் குயிலும்
நீ தான் !
தூங்க வைக்கும் தாலாட்டும்
நீ தான் !
துருவ வான பனிச்சாரலும்
நீ தான் !
நிகழ்கால நெட்டிசங்களை விட

மனதை ஆளும் நேரப்பொழுதும்

நீயே தான்

காற்றில் பறக்கும்

சிட்டுக் குருவிகளையும்

காற்றலையில் வலம்வரும்

ட்விட்டர் குருவிகளையும்

வெல்லும் உன்

பூமுகப் புன்னகை

தத்தித் தவழும் பருவம்முதல்

தள்ளாடும் வயது வரை

உன்னை நேசிக்காத

உள்ளம் உண்டோ !

வாழ்வை அர்த்தமாக்கி

வாழ்வின் அர்த்தமாகி வந்த

செல்வ மகளுக்கு ...

# 35. யுகம் போற்றும் யுகன்

*ஜகம் காக்க*
*துவாபர யுகம் காக்க*
*அவதரித்த நீல கண்ணன் போல...*
*இப்பிறவி அர்த்தமாக்க.....*
*மண்ணில் வந்த மைந்தனே*
*அவன் குழலோசை தனில்*
*மயில்கள் மயங்கும்....*
*இவன் குரலோசை தனில்*
*எந்தன் மாலைப்பொழுதும் மலரும்....*
*இலையுதிர் கால சருகும்*
*தன் கிளை பற்றும்*
*நிந்தன் மழலை மொழி கேட்டால்*
*ஊரிலுள்ள குயில்களையெல்லாம்*
*சிறை பிடித்து*
*பாட சொல்கிறேன்*
*மழலை உன் குரலின்*
*கீதம் திரட்டிட !*
*உன் பெயரை உச்சரித்து*
*தமிழை பார்த்தேன்*
*மொழியும் இனித்ததடா..*
*எத்தனை ஊர் வயல்களில்*
*உழவு செய்தாய்*
*இப்படி நீ உறங்கும் அழகில்*
*நான் அறுவடைக்கு வரும்*
*பயிர்களாய் திளைக்க !!!!!!*

மங்கையின் மௌனமொழிகளையும்
வெல்லும் ...
உந்தன் மழலை மொழி !
நீ அடம் பிடிக்கும்
சில நேர அவசரங்கள்
“செவ்வாய் கிரகத்தை பற்றி வரும்
விண்கலமதை செலுத்தப் போகிறாயா ?
என்ற சந்தேகம் என்னில் ”.....
வாழ்க்கையில் சில நிமிடங்கள்
மட்டுமே இந்த பூமியில்
திறக்கும் சொர்க்க வாசல்
முதன்முறை நீ உச்சரித்த
அப்பா என்ற வார்த்தையில் தான்...
உன் முகம் பார்க்கும்
நேரங்களில் கண் சிமிட்டும்
இடைவெளிகள் தவிர்ப்பேன்.....
என் இமைகள் வெறுக்கப்படும்
நேரமும் அதுவே...
.
உன் மழலை மொழியின்
தாலாட்டில் நானிருக்க
மரணமே சகித்துக் கொள்ளும்
என்னை நெருங்கிட
அந்த ரோசாவும் நாணும்
எனை அச்சில் வார்த்த
உந்தன் பூமுகம் ரசித்திட...
உன் நிகழ்கால குறும்புகள்
என் கடந்தகால
சிறுவயது ஞாபகங்களை

கண்முன் நிகழ்த்துகிறது....
துன்பங்கள் எல்லாம்
தூரம் போகுதடா....
உந்தன் மழலை சிரிப்பில்.....
ஆறுதல் தேடும் நேரங்களில்
மயிலிறகாய் வருடும்
உன் பிஞ்சு விரல்கள்.....
என்னையே தொலைக்க
தோன்றுகிறது மொத்தமாய்......
சகதோழனாய் உடன்நடக்கும்
தந்தையின் சுவாசத்தை
உன்னிலும் உணர்கிறேன்.....
தோள்களில் உனை சுமக்கும்போது......
வம்சம் திளைக்க வந்த
யுகங்கள் போற்றும் யுகனும் நீயே !

www.ingramcontent.com/pod-product-compliance
Ingram Content Group UK Ltd.
Pitfield, Milton Keynes, MK11 3LW, UK
UKHW041958190726
13854UKWH00005B/2052

9 798888 157572